about

DISCOVER A DIVERSE COLLECTION OF 28 SHORT STORIES DESIGNED ... LEARNERS. FROM ROMANCE TO MYSTERY, EACH TALE IS DESIGNED TO IMPROVE VOCABULARY AND COMPREHENSION. THIS ANTHOLOGY PROMISES AN EXCITING AND REWARDING LEARNING EXPERIENCE IN DIFFERENT LANGUAGES.

1. The Lost Kitten
2. The Magical Seed
3. The Brave Explorer
4. The Magic Book
5. The Enchanted Forest
6. The Secret Garden
7. The Little Firefly
8. The Brave Mouse
9. The Rainbow Bridge
10. The Starry Night
11. The Brave Turtle
12. The Flying Dragon
13. The Little Firefly
14. The Enchanted Pond
15. The Tiny Explorer
16. The Secret Tunnel
17. The Rainbow Bridge
18. The Musical Forest
19. The Good-natured Giant
20. The Moonlit Picnic
21. The Mysterious Key
22. The Magic Sandbox Castle
23. The Secret Garden Party
24. The Wandering Cloud
25. The Singing Brook
26. The Watchful Owl
27. The Healing Spring
28. The Whispering Winds

The lost kitten

Sarah found a tiny kitten hiding behind the bushes near her house. Its eyes were wide with fear. She gently picked it up and carried it home. Sarah named the kitten Whiskers and gave it some warm milk. Whiskers soon felt safe and purred contentedly. Sarah made a cozy bed for Whiskers in a shoebox. Every day they played together and Whiskers became Sarah's best friend. The kitten grew stronger and braver with each passing day. Eventually, Whiskers became a beloved member of Sarah's family, always by her side.

1   ลูกแมวที่หายไป

ซาราห์พบลูกแมวตัวเล็กๆ ซ่อนตัวอยู่หลังพุ่มไม้ใกล้บ้าน
ของเธอ ดวงตาของมันเบิกกว้างด้วยความกลัว เธอจึง
ค่อยๆ อุ้มมันขึ้นและพากลับบ้าน ซาราห์ตั้งชื่อลูกแมวว่า วิ
สเกอร์ส และให้นมอุ่นๆ แก่มัน วิสเกอร์สรู้สึกปลอดภัย
และครางอย่างพึงพอใจในไม่ช้า ซาราห์จึงจัดเตียงนุ่มๆ ให้
วิสเกอร์สในกล่องรองเท้า พวกมันเล่นด้วยกันทุกวัน และ
วิสเกอร์สก็กลายมาเป็นเพื่อนที่ดีที่สุดของซาราห์ ลูกแมว
ตัวนี้แข็งแรงและกล้าหาญมากขึ้นทุกวัน ในที่สุด วิสเกอร์
สก็กลายเป็นสมาชิกที่รักของครอบครัวซาราห์ และอยู่
เคียงข้างเธอเสมอ

The Magical Together

Tommy found a mysterious seed while playing in the garden. He planted it in a small pot and watered it every day. To his amazement, the next morning a tiny sprout emerged from the soil. The sprout grew quickly and stretched towards the sky. Soon it blossomed into a beautiful flower with petals of every color. Tommy realized it was a magical seed! He shared its beauty with his friends and everyone marveled at its wonders. Every day they gathered around the magical flower and were filled with awe and joy. The flower brought happiness to the whole neighborhood.

เมล็ดพันธุ์วิเศษ

ทอมมี่พบเมล็ดพันธุ์ลึกลับขณะเล่นอยู่ในสวน เขาปลูกมัน ในกระถางเล็กๆ และรดน้ำทุกวัน เช้าวันรุ่งขึ้น ก็มีต้นกล้า เล็กๆ งอกออกมาจากดินอย่างน่าอัศจรรย์ ต้นกล้าเติบโต อย่างรวดเร็ว เอื้อมขึ้นไปบนท้องฟ้า ในไม่ช้า มันก็เบ่งบาน เป็นดอกไม้ที่สวยงามมีกลีบดอกหลากสี ทอมมี่รู้ว่ามันคือ เมล็ดพันธุ์มหัศจรรย์! เขาแบ่งปันความสวยงามของมัน กับเพื่อนๆ และพวกเขาต่างก็ตะลึงกับความมหัศจรรย์ ของมัน ทุกๆ วัน พวกเขาจะมารวมตัวกันรอบๆ ดอกไม้ มหัศจรรย์นี้ เต็มไปด้วยความประหลาดใจและความสุข ดอกไม้นี้ทำให้ทุกคนในละแวกบ้านมีความสุข

The brave explorer

EMILY DREAMED OF EXPLORING DISTANT LANDS AND DISCOVERING HIDDEN TREASURES. ARMED WITH HER TRUSTY MAP AND A COMPASS, SHE SET OFF ON AN ADVENTURE. THROUGH DENSE JUNGLES AND ACROSS VAST DESERTS, EMILY TRAVELED WITH COURAGE AND DETERMINATION. ALONG THE WAY, SHE ENCOUNTERED WILD ANIMALS AND FACED MANY CHALLENGES. BUT SHE NEVER GAVE UP. FINALLY, AFTER WEEKS OF TRAVELING, EMILY REACHED THE ANCIENT RUINS SHE HAD BEEN LOOKING FOR. INSIDE, SHE FOUND A CHEST FULL OF PRECIOUS JEWELS AND ARTIFACTS. WITH A TRIUMPHANT HEART, EMILY RETURNED HOME, READY FOR HER NEXT ADVENTURE.

3   นักสำรวจผู้กล้าหาญ

เอมิลี่ใฝ่ฝันที่จะสำรวจดินแดนอันไกลโพ้นและค้นพบ

สมบัติที่ซ่อนอยู่ เธอจึงออกเดินทางผจญภัยด้วยแผนที่

และเข็มทิศคู่ใจ ผ่านป่าดงดิบและทะเลทรายอันกว้างใหญ่

เอมิลี่เดินทางด้วยความกล้าหาญและมุ่งมั่น ระหว่างทาง

เธอได้พบกับสัตว์ป่าและเผชิญกับความท้าทายมากมาย

แต่เธอก็ไม่ยอมแพ้ ในที่สุด หลังจากเดินทางเป็นเวลา

หลายสัปดาห์ เอมิลี่ก็มาถึงซากปรักหักพังโบราณที่เธอ

ตามหามาโดยตลอด ภายในนั้น เธอพบหีบที่เต็มไปด้วย

อัญมณีและสิ่งประดิษฐ์อันล้ำค่า เอมิลี่กลับบ้านด้วยหัวใจ

ที่เต็มไปด้วยชัยชนะ และพร้อมที่จะออกเดินทางผจญภัย

ครั้งต่อไป

The magic book

James came across an old book in his attic one rainy afternoon. When he opened it, he was enveloped in a swirl of sparkles and light. The book transported him to a magical world full of wizards and dragons. James embarked on a quest to save the kingdom from an evil wizard. With the help of new friends, he overcame countless obstacles and confronted his fears. Along the way, James discovered his own inner strength and courage. In the end, he defeated the wizard and brought peace to the land. When he closed the book, James knew he would always cherish his adventures in the magical world.

หนังสือเวทย์มนต์

เจมส์บังเอิญไปเจอหนังสือเก่าเล่มหนึ่งในห้องใต้หลังคา
ของเขาในช่วงบ่ายวันหนึ่งที่มีฝนตก เมื่อเขาเปิดมันออก
เขาก็ถูกปกคลุมด้วยแสงระยิบระยับ หนังสือเล่มนั้นพาเขา
ไปยังอาณาจักรแห่งเวทมนตร์ที่เต็มไปด้วยพ่อมดและ
มังกร เจมส์ออกเดินทางเพื่อช่วยอาณาจักรจากพ่อมดชั่ว
ร้าย ด้วยความช่วยเหลือจากเพื่อนใหม่ เขาได้เอาชนะ
อุปสรรคมากมายและเผชิญหน้ากับความกลัว ระหว่างทาง
เจมส์ค้นพบความแข็งแกร่งและความกล้าหาญภายในตัว
ของเขาเอง ในท้ายที่สุด เขาเอาชนะพ่อมดได้และคืนความ
สงบสุขให้กับแผ่นดิน เมื่อปิดหนังสือ เจมส์ก็รู้ว่าเขาจะ
จดจำการผจญภัยในโลกแห่งเวทมนตร์นี้ไว้ตลอดไป

The Enchanted Forest

ALEX WANDERED INTO A DENSE FOREST FILLED WITH TALL TREES AND MYSTICAL CREATURES. AS HE VENTURED DEEPER, HE CAME ACROSS A HIDDEN CLEARING FLOODED WITH GOLDEN LIGHT. THERE HE MET A WISE OLD OWL WHO OFFERED TO GUIDE HIM THROUGH THE FOREST.

TOGETHER THEY ROAMED ENCHANTED GROVES AND SHIMMERING STREAMS. ALONG THE WAY, ALEX LEARNED THE SECRETS OF THE FOREST AND GAINED A NEW APPRECIATION FOR NATURE. AS NIGHT FELL, THE STARS LIT UP THE SKY, BATHING THE FOREST IN A MAGICAL GLOW. WITH A GRATEFUL HEART, ALEX SAID GOODBYE TO HIS NEWFOUND FRIEND AND RETURNED HOME, FOREVER CHANGED BY HIS ADVENTURE.

ป่าต้องมนต์

อเล็กซ์เดินเข้าไปในป่าทึบที่เต็มไปด้วยต้นไม้สูงใหญ่และ

สัตว์ลึกลับ ขณะที่เขาเดินลึกเข้าไป เขาก็ไปเจอทุ่งหญ้าที่

ซ่อนอยู่ซึ่งอาบแสงสีทอง ที่นั่น เขาได้พบกับนกฮูกแก่ที่

ฉลาดซึ่งเสนอตัวจะนำทางเขาผ่านป่า ทั้งสองเดินทางร่วม

กันผ่านป่าดงดิบและลำธารที่ส่องประกายระยิบระยับ

ระหว่างทาง อเล็กซ์ได้เรียนรู้ความลับของป่าและได้ซาบซึ้ง

ในธรรมชาติมากขึ้น เมื่อพลบค่ำ ดวงดาวก็ส่องสว่างบน

ท้องฟ้า ฉายแสงวิเศษเหนือป่า ด้วยหัวใจที่รู้สึกขอบคุณ อ

เล็กซ์จึงอำลาเพื่อนใหม่ของเขาและกลับบ้าน   โดย

เปลี่ยนแปลงไปตลอดกาลจากการผจญภัยของเขา

The Secret Garden

Laila discovered a hidden garden hidden behind an old stone wall. When she entered, she was greeted by a sea of colors and scents. The flowers danced in the wind and whispered secrets to each other. Curious, Laila continued to explore, discovering hidden paths and secret corners. In the center of the garden, she found a magnificent fountain decorated with sparkling gemstones. Enchanted by its beauty, Laila dipped her hand in the cool water and made a wish. Suddenly, the garden blossomed around her, filling her with joy and wonder. From that day on, Laila visited the secret garden whenever she needed a moment of peace and serenity.

สวนแห่งความลับ

ไลลาค้นพบสวนที่ซ่อนอยู่หลังกำแพงหินเก่า เมื่อเธอเดิน
เข้าไป เธอก็ได้พบกับดอกไม้หลากสีสันและกลิ่นหอมตลบ
อบอวล ดอกไม้เต้นรำไปตามสายลม กระซิบความลับซึ่ง
กันและกัน ไลลารู้สึกสนใจ จึงเดินสำรวจต่อไปเรื่อยๆ ค้น
พบเส้นทางที่ซ่อนอยู่และซอกมุมลับๆ ตรงกลางสวน เธอ
พบน้ำพุอันงดงามประดับด้วยอัญมณีแวววาว ไลลา
หลงใหลในความงดงามของน้ำพุ จึงจุ่มมือลงในน้ำเย็น
และอธิษฐาน ทันใดนั้น สวนก็มีชีวิตชีวาขึ้นรอบตัวเธอ
ทำให้เธอมีความสุขและประหลาดใจ ตั้งแต่วันนั้นเป็นต้น
มา ไลลาจะไปเยี่ยมชมสวนลับแห่งนี้ทุกครั้งที่เธอต้องการ
ช่วงเวลาแห่งความสงบและความเงียบสงบ

The little firefly

TIMMY SPOTTED A TINY FIREFLY GLOWING IN THE DARKNESS OF THE NIGHT. FASCINATED, HE FOLLOWED ITS SOFT GLOW AS IT FLUTTERED THROUGH THE AIR. THE FIREFLY LED HIM TO A MAGICAL MEADOW WHERE HUNDREDS OF FIREFLIES DANCED IN THE MOONLIGHT. ENCHANTED BY THEIR BEAUTY, TIMMY DANCED ALONG UNDER THE STARRY SKY. AS DAWN APPROACHED, THE FIREFLIES SAID GOODBYE TO TIMMY, THEIR SOFT GLOW FADING IN THE EARLY MORNING LIGHT. WITH A HEART FULL OF WONDER, TIMMY RETURNED HOME, KNOWING HE HAD EXPERIENCED SOMETHING TRULY SPECIAL.

หิ่งห้อยน้อย

ทิมมี่เห็นหิ่งห้อยตัวเล็กๆ เรืองแสงในความมืดของคืนนั้น

เขามองตามหิ่งห้อยที่ล่องลอยไปในอากาศอย่างหลงใหล

หิ่งห้อยพาเขาไปยังทุ่งหญ้าอันมหัศจรรย์ที่หิ่งห้อยนับ

ร้อยตัวเต้นรำในแสงจันทร์ ทิมมี่หลงใหลในความสวยงาม

ของหิ่งห้อย จึงร่วมเต้นรำไปกับหิ่งห้อยเหล่านั้น หมุนตัว

ไปมาใต้ท้องฟ้าที่เต็มไปด้วยดวงดาว เมื่อรุ่งสางมาถึง

หิ่งห้อยก็อำลาทิมมี่ แสงอันอ่อนโยนของหิ่งห้อยค่อยๆ

จางหายไปในแสงของเช้าตรู่ ทิมมี่กลับบ้านด้วยหัวใจที่

เต็มเปี่ยมด้วยความมหัศจรรย์ โดยรู้ว่าเขาได้สัมผัสกับ

ประสบการณ์ที่พิเศษจริงๆ

The brave mouse

In a quiet corner of the garden, a tiny mouse named Molly lived in fear of the neighbor's cat. Determined to overcome her fear, Molly set out to explore the garden. Along the way, she met other creatures who offered her advice and support. With each new friend she made, Molly became braver and more confident. Finally, she came face to face with the cat. Instead of running away, Molly stopped and bravely faced the cat. To her surprise, the cat backed away, impressed by Molly's bravery. Since that day, Molly roamed the garden freely, knowing she was brave enough to face any challenge.

หนูผู้กล้าหาญ

ในมุมสงบของสวน   หนูตัวเล็กชื่อมอลลี่อาศัยอยู่

ท่ามกลางความกลัวแมวในละแวกบ้าน   มอลลี่มุ่งมั่นที่จะ

เอาชนะความกลัวและออกสำรวจสวน ระหว่างทาง เธอได้

พบกับสัตว์ชนิดอื่นๆ ที่คอยให้คำแนะนำและช่วยเหลือเธอ

ทุกครั้งที่ได้เพื่อนใหม่   มอลลี่ก็กล้าหาญและมั่นใจมากขึ้น

ในที่สุด เธอก็เผชิญหน้ากับแมวตัวนั้น แทนที่จะวิ่งหนี มอ

ลลี่กลับยืนหยัดและเผชิญหน้ากับแมวตัวนั้นตรงๆ มอลลี่

รู้สึกประหลาดใจเมื่อแมวตัวนั้นถอยหนีและประทับใจใน

ความกล้าหาญของมอลลี่ ตั้งแต่วันนั้นเป็นต้นมา มอลลี่ก็

เดินเตร่ไปทั่วสวนอย่างอิสระ เพราะรู้ว่าตนเองกล้าพอที่จะ

เผชิญกับความท้าทายใดๆ ก็ตาม

The Rainbow Bridge

AMY'S BELOVED DOG MAX DIED SUDDENLY, WHICH SADDENED HER DEEPLY. ONE NIGHT, SHE DREAMED OF A SHIMMERING RAINBOW BRIDGE SPANNING THE SKY. MAX WAS WAITING FOR HER ON THE OTHER SIDE, HIS TAIL WAGGING WITH JOY. WITH TEARS OF JOY, AMY CROSSED THE BRIDGE AND WAS REUNITED WITH HER FAITHFUL FRIEND. TOGETHER, HAND IN PAW, THEY EXPLORED THE GOLDEN SUNLIGHT FIELDS AND CRYSTAL CLEAR STREAMS. AS THE SUN SET, AMY KNEW IT WAS TIME TO SAY GOODBYE. WITH A FINAL GOODBYE KISS, MAX DISAPPEARED INTO THE SUNSET, LEAVING AMY WITH MEMORIES THAT WOULD WARM HER HEART FOREVER.

สะพานสายรุ้ง

แม็กซ์ สุนัขสุดที่รักของเอมี่เสียชีวิตกะทันหัน ทำให้เธอ หัวใจสลาย คืนหนึ่ง เธอฝันเห็นสะพานสายรุ้งระยิบระยับ ทอดยาวข้ามท้องฟ้า แม็กซ์กำลังรอเธออยู่ที่อีกฟากของ สะพาน หางของแม็กซ์กระดิกไปมาด้วยความสุข เอมี่เดิน ข้ามสะพานด้วยน้ำตาแห่งความสุข และได้พบกับเพื่อนที่ ซื่อสัตย์ของเธออีกครั้ง ทั้งสองเดินจับมือกันเดินสำรวจ ทุ่งแสงแดดสีทองและลำธารใสราวกับคริสตัล เมื่อดวง อาทิตย์เริ่มตก เอมี่รู้ว่าถึงเวลาต้องบอกลาแล้ว แม็กซ์ กอดเอมี่เป็นครั้งสุดท้ายแล้วหายลับไปในยามพระอาทิตย์ ตกดิน ทิ้งความทรงจำอันอบอุ่นไว้ในใจของเอมี่ตลอดไป

The starry night

Jack lay on his back and looked up at the starry night sky.

Each star seemed to hold a secret, a story that needed to be told. Jack imagined himself flying through the heavens and dancing among the constellations. With his finger, he traced the patterns of the stars, creating his own stories in the night sky. As the night deepened, Jack felt a deep calm come over him and knew he was part of something bigger than himself. With a contented sigh, he closed his eyes and fell asleep, dreaming of the endless possibilities that awaited him beneath the stars.

คืนแห่งดวงดาว

แจ็คนอนหงายมองขึ้นไปบนท้องฟ้ายามค่ำคืนที่เต็มไป

ด้วยดวงดาวระยิบระยับ แต่ละดวงดูเหมือนจะมีเรื่องราวที่

เป็นความลับรอการบอกเล่า แจ็คจินตนาการว่าตัวเอง

กำลังโบยบินไปบนท้องฟ้า เต้นรำท่ามกลางกลุ่มดาว เขา

ใช้ปลายนิ้วลากตามลวดลายของดวงดาว เพื่อสร้างเรื่อง

ราวของตัวเองบนท้องฟ้ายามค่ำคืน เมื่อคืนล่วงเลยไป แจ็

ครู้สึกสงบสุขเมื่อรู้ว่าตนเป็นส่วนหนึ่งของบางสิ่งที่ยิ่ง

ใหญ่กว่าตัวเขาเอง เขาหลับตาลงอย่างพึงพอใจและเผลอ

หลับไป โดยฝันถึงความเป็นไปได้ไม่รู้จบที่รอเขาอยู่

ท่ามกลางดวงดาว

The brave turtle in a quiet pond

NESTLED IN A LUSH FOREST, LIVED A SHY TURTLE NAMED TERRY.

DESPITE HER SHY NATURE, TERRY DREAMED OF EXPLORING THE

WORLD BEYOND THE POND. ONE DAY, SHE GATHERED THE COURAGE

TO SET OFF ON AN ADVENTURE. ALONG THE WAY, TERRY

ENCOUNTERED VARIOUS OBSTACLES, BUT WITH DETERMINATION AND

PERSEVERANCE, SHE OVERCAME EVERY CHALLENGE. THROUGH HER

JOURNEY, TERRY DISCOVERED HER INNER STRENGTH AND REALIZED

THAT BRAVERY COMES IN ALL SIZES.

เต่าผู้กล้าหาญ

ในสระน้ำอันเงียบสงบที่ซ่อนตัวอยู่ท่ามกลางป่าอันอุดม

สมบูรณ์ มีเต่าขี้อายตัวหนึ่งชื่อเทอร์รี่อาศัยอยู่ แม้จะมี

นิสัยขี้อาย แต่เทอร์รี่ก็ใฝ่ฝันที่จะออกสำรวจโลกภายนอก

สระน้ำ วันหนึ่ง เขาจึงรวบรวมความกล้าที่จะออกผจญภัย

ระหว่างทาง เทอร์รี่ต้องเผชิญกับอุปสรรคต่างๆ มากมาย

แต่ด้วยความมุ่งมั่นและความพากเพียร เขาก็สามารถ

เอาชนะความท้าทายต่างๆ ได้ ตลอดการเดินทาง เทอร์รี่

ค้นพบความเข้มแข็งภายในตัวเองและตระหนักว่าความ

กล้าหาญสามารถเกิดขึ้นได้ในทุกรูปแบบ

The flying dragon

One windy day in a busy city, a young boy named Timmy was flying his colorful kite in the park. As the kite rose higher and higher, it caught the attention of a lonely old man sitting on a bench. Timmy invited the old man to join him, and together they watched the kite dance in the sky. Through their shared joy, an unlikely friendship was born, showing that a simple kite can bring people together.

ว่าวบิน

ในวันที่ลมแรงในเมืองที่พลุกพล่าน   เด็กชายชื่อทิมมี่เล่น

ว่าวสีสันสดใสในสวนสาธารณะ   เมื่อว่าวลอยสูงขึ้นเรื่อยๆ

ก็ดึงดูดความสนใจของชายชราผู้โดดเดี่ยวที่นั่งอยู่บนม้า

นั่ง ทิมมี่ชวนชายชราไปเล่นกับเขา และพวกเขาก็เฝ้าดูว่าว

นั้นร่ายรำอยู่บนท้องฟ้าด้วยกัน   ด้วยความสุขที่ร่วมกัน

พวกเขาได้สร้างมิตรภาพที่คาดไม่ถึง   ซึ่งพิสูจน์ให้เห็นว่า

ว่าวธรรมดาๆ สามารถนำผู้คนมารวมกันได้

The little firefly

IN A DARK FOREST WHERE THE MOONLIGHT BARELY REACHED, A LONE

FIREFLY NAMED FREDA GLOWED IN THE NIGHT. FEELING INVISIBLE

AMONG THE TALL TREES, FREDA WISHED TO BE NOTICED BY OTHERS.

ONE EVENING, SHE CAME ACROSS A GROUP OF LOST TRAVELERS

SEARCHING FOR THEIR WAY HOME. GUIDED BY FREDA'S LIGHT, THE

TRAVELERS FOUND THEIR WAY AND THANKED HER FOR HER KINDNESS.

WITH THE HELP OF OTHERS, FREDA REALIZED THAT HER LIGHT

SHINED BRIGHTEST WHEN SHE COULD LIGHT UP THE DARKNESS FOR

THOSE IN NEED.

หิ่งห้อยน้อย

ในป่ามืดที่แสงจันทร์ส่องไม่ถึง มีหิ่งห้อยตัวหนึ่งชื่อเฟรดา

ส่องแสงอ่อนๆ ให้กับราตรี เฟรดารู้สึกว่าตัวเองไร้ตัวตน

ท่ามกลางต้นไม้สูงใหญ่ จึงอยากให้คนอื่นสังเกตเห็นเธอ

เย็นวันหนึ่ง เธอบังเอิญไปเจอกลุ่มนักเดินทางที่หลงทาง

ซึ่งกำลังหาทางกลับบ้าน นักเดินทางกลุ่มนี้พบเส้นทาง

ของตนด้วยแสงของเฟรดาและขอบคุณเธอสำหรับความ

เมตตากรุณาของเธอ เฟรดาตระหนักว่าแสงสว่างของเธอ

จะส่องแสงสว่างที่สุดเมื่อส่องแสงสว่างให้ความมืดมิด

เพื่อช่วยเหลือผู้ที่ต้องการความช่วยเหลือ

The enchanted pond

Deep in the heart of a mystical forest lay a pond that was rumored to grant wishes to those of pure heart. One day, a young girl named Laila came across the pond and made a heartfelt wish that her ailing grandmother would recover.

To her amazement, her grandmother's health miraculously improved. The rumor of Laila's wish spread through the village, and soon people from far and wide were visiting the enchanted pond, their hopes and dreams fulfilled with each ripple in the water.

บ่อน้ำมนต์วิเศษ

ลึกเข้าไปในใจกลางของป่าลึกลับ   มีบ่อน้ำที่ลือกันว่า

สามารถให้พรแก่ผู้ที่มีจิตใจบริสุทธิ์ได้ วันหนึ่ง เด็กหญิง

ชื่อไลลาบังเอิญไปเจอบ่อน้ำนั้นและอธิษฐานขอให้คุณยาย

ที่ป่วยของเธอหายป่วย   คุณยายของเธอกลับมีสุขภาพ

แข็งแรงขึ้นอย่างน่าอัศจรรย์ คำพูดของไลลาแพร่กระจาย

ไปทั่วหมู่บ้าน และในไม่ช้า ผู้คนจากทั่วสารทิศก็เดินทาง

มายังบ่อน้ำศักดิ์สิทธิ์แห่งนี้   ความหวังและความฝันของ

พวกเขาก็เป็นจริงขึ้นทุกครั้งที่น้ำกระเพื่อม

The tiny explorer

In a bustling metropolis, a curious ant named Andy embarked on a journey to explore the world beyond her anthill. Despite her tiny size, Andy braved high obstacles and encountered beings much larger than herself. Along the way, she made unusual friendships with creatures of all shapes and sizes, teaching them that even the smallest beings are capable of great adventures

นักสำรวจตัวน้อย

ในเมืองใหญ่ที่พลุกพล่าน มดที่อยากรู้อยากเห็นชื่อแอนดี้ ได้ออกเดินทางเพื่อสำรวจโลกภายนอกรังมดของเขา แม้จะมีขนาดเล็กกว่าเม็ดทราย แต่แอนดี้ก็ฝ่าฟันอุปสรรคที่สูงตระหง่านและเผชิญหน้ากับสิ่งมีชีวิตที่ใหญ่กว่าตัวเขามาก ระหว่างทาง เขาได้สร้างมิตรภาพที่คาดไม่ถึงกับสิ่งมีชีวิตที่มีรูปร่างและขนาดต่างๆ กัน สอนให้พวกมันรู้ว่าแม้แต่สิ่งมีชีวิตที่เล็กที่สุดก็ยังสามารถผจญภัยได้

The secret tunnel

BENEATH THE ANCIENT RUINS OF A CASTLE LAY A HIDDEN TUNNEL RUMORED TO LEAD TO COUNTLESS TREASURES. A GROUP OF ADVENTUROUS CHILDREN CAME ACROSS THE ENTRANCE TO THE TUNNEL AND DECIDED TO EXPLORE. AS THEY WENT DEEPER, THEY ENCOUNTERED TRAPS AND PUZZLES LEFT BEHIND BY ANCIENT CIVILIZATIONS. THROUGH TEAMWORK AND QUICK THINKING, THEY OVERCAME EVERY OBSTACLE UNTIL THEY REACHED THE TREASURE CHAMBER. BUT THE REAL TREASURE THEY DISCOVERED WAS THE FRIENDSHIP FORGED THROUGH THEIR DARING ADVENTURE.

อุโมงค์ลับ

ใต้ซากปรักหักพังโบราณของปราสาท มีอุโมงค์ลับที่ลือกัน
ว่านำไปสู่สมบัติล้ำค่ามากมาย กลุ่มเด็กๆ ที่ชอบผจญภัย
บังเอิญไปเจอทางเข้าอุโมงค์และตัดสินใจเข้าไปข้างใน
ขณะที่พวกเขาเดินทางลึกเข้าไป พวกเขาพบกับกับดักและ
ปริศนาที่อารยธรรมโบราณทิ้งไว้ ด้วยการทำงานเป็นทีม
และความคิดที่รวดเร็ว พวกเขาเอาชนะอุปสรรคแต่ละ
อย่างได้จนกระทั่งไปถึงห้องแห่งสมบัติ อย่างไรก็ตาม
สมบัติที่แท้จริงที่พวกเขาค้นพบคือสายสัมพันธ์แห่ง
มิตรภาพที่สร้างขึ้นจากการผจญภัยที่กล้าหาญของพวก
เขา

The Rainbow Bridge

IN A PICTURESQUE VILLAGE NESTLED BETWEEN TWO HILLS, AFTER EVERY RAINFALL, A RAINBOW APPEARED, SPANNING THE VALLEY LIKE A BRIDGE TO HEAVEN. ONE DAY, A GRIEVING WIDOW NAMED SARAH SAW THE RAINBOW AND WISHED TO BE REUNITED WITH HER DECEASED HUSBAND. TO HER AMAZEMENT, A SHIMMERING FIGURE APPEARED ON THE RAINBOW BRIDGE AND REACHED OUT HIS HAND TO HER WITH LOVE AND COMFORT. SARAH REALIZED THAT ALTHOUGH HER HUSBAND WAS NO LONGER PHYSICALLY WITH HER, THEIR LOVE WOULD FOREVER BRIDGE THE GAP BETWEEN THEM.

17 สะพานสายรุ้ง

ในหมู่บ้านเล็กๆ แห่งหนึ่งที่ซ่อนตัวอยู่ระหว่างเนินเขาสองลูก สายรุ้งจะปรากฏขึ้นทุกครั้งหลังฝนตก โดยทอดข้ามหุบเขาราวกับเป็นสะพานสู่สวรรค์ วันหนึ่ง หญิงม่ายที่โศกเศร้าชื่อซาราห์เห็นสายรุ้งและปรารถนาที่จะได้พบกับสามีผู้ล่วงลับของเธออีกครั้ง เธอรู้สึกประหลาดใจเมื่อเห็นร่างที่ส่องประกายปรากฏบนสะพานสายรุ้ง เอื้อมมือไปหาเธอด้วยความรักและความสบายใจ ซาราห์ตระหนักได้ว่าแม้ว่าสามีของเธอจะไม่ได้อยู่กับเธอแล้ว แต่ความรักของพวกเขาจะเชื่อมช่องว่างระหว่างพวกเขาตลอดไป

The musical forest

DEEP IN A MAGICAL FOREST, THE TREES SWAYED TO THE RHYTHM OF A MELODY THAT FEW COULD HEAR. ONE DAY, A YOUNG MUSICIAN NAMED LEO STUMBLED UPON THE FOREST AND DISCOVERED ITS ENCHANTING SECRET. INSPIRED BY THE NATURAL SYMPHONY, LEO COMPOSED A SONG THAT CAPTURED THE ESSENCE OF FOREST MUSIC. AS HE PLAYED HIS MELODY, THE TREES DANCED JOYFULLY, FILLING THE FOREST WITH HARMONY AND WONDER.

ป่าดนตรี

ในป่าลึกอันมหัศจรรย์ ต้นไม้ไหวเอนไปตามจังหวะของ
ท่วงทำนองที่น้อยคนจะได้ยิน วันหนึ่ง นักดนตรีหนุ่มชื่อลี
โอบังเอิญไปเจอป่าและค้นพบความลับอันน่าหลงใหลของ
ป่านั้น ลีโอได้รับแรงบันดาลใจจากซิมโฟนีธรรมชาติ จึง
แต่งเพลงที่ถ่ายทอดแก่นแท้ของดนตรีในป่าได้ ขณะที่เขา
เล่นท่วงทำนอง ต้นไม้ก็เต้นรำอย่างสนุกสนาน ทำให้ป่า
เต็มไปด้วยความกลมกลืนและความมหัศจรรย์

The good-natured giant

IN A PICTURESQUE COUNTRY VILLAGE, RUMORS WERE CIRCULATING ABOUT A GENTLE GIANT WHO LIVED ON THE NEARBY MOUNTAINS. CURIOUS CHILDREN VENTURED TO MEET THE GIANT AND WERE SURPRISED TO SEE HIM TENDING INJURED ANIMALS AND TENDING THE LAND. DESPITE HIS IMPOSING SIZE, THE GIANT POSSESSED A HEART AS BIG AND KIND AS THE MOUNTAINS THEMSELVES. THE CHILDREN BEFRIENDED THE GIANT AND LEARNED VALUABLE LESSONS ABOUT COMPASSION AND ACCEPTANCE.

ยักษ์ใจดี

ในหมู่บ้านชนบทที่เงียบสงบ มีข่าวลือแพร่สะพัดเกี่ยวกับ
ยักษ์ใจดีตัวหนึ่งที่อาศัยอยู่บนยอดเขาใกล้ๆ เด็กๆ ที่มี
ความอยากรู้อยากเห็นได้กล้าเสี่ยงไปพบกับยักษ์ตัวนี้ และ
ต้องประหลาดใจเมื่อพบว่ามันดูแลสัตว์ที่บาดเจ็บและดูแล
ผืนดิน แม้ว่ายักษ์ตัวนี้จะมีขนาดใหญ่ แต่กลับมีหัวใจที่
กว้างใหญ่และใจดีไม่แพ้ภูเขา เด็กๆ ผูกมิตรกับยักษ์ตัวนี้
และเรียนรู้บทเรียนอันมีค่าเกี่ยวกับความเมตตาและการ
ยอมรับ

The moonlit picnic

On a warm summer evening, a group of friends gathered for a moonlit picnic on the lawn. As they shared stories and laughter under the starry sky, they noticed the moon casting a soft glow on the grass. Inspired by the enchanting scene, they danced in the moonlight, their spirits lifted by the magic of the night. It was at that moment that they realized that the best memories are made with good friends and the beauty of nature around them.

20 ปิกนิกใต้แสงจันทร์

ในคืนฤดูร้อนที่อบอุ่น กลุ่มเพื่อน ๆ มารวมตัวกันเพื่อปิกนิกใต้แสงจันทร์ในทุ่งหญ้า ขณะที่พวกเขาเล่าเรื่องราวและหัวเราะกันภายใต้ท้องฟ้าที่เต็มไปด้วยดวงดาว พวกเขาสังเกตเห็นแสงจันทร์สาดแสงอ่อน ๆ ลงบนทุ่งหญ้า พวกเขาได้รับแรงบันดาลใจจากฉากที่น่าหลงใหล จึงเต้นรำในแสงจันทร์ จิตใจของพวกเขาเบิกบานด้วยความมหัศจรรย์ของค่ำคืนนั้น ในขณะนั้น พวกเขาตระหนักว่าความทรงจำที่ดีที่สุดเกิดขึ้นกับเพื่อน ๆ และความงามของธรรมชาติที่รายล้อมพวกเขาอยู่

The mysterious key

IN A FORGOTTEN ATTIC OF AN OLD MANSION, SARAH DISCOVERED A DUSTY KEY HIDDEN IN AN ORNATE BOX. INTRIGUED BY ITS MYSTERY, SHE SET OUT TO DISCOVER ITS PURPOSE. WITH EACH CLUE SHE DECIPHERED, SARAH FOUND HERSELF DELVING DEEPER INTO THE MANSION'S SECRETS. EVENTUALLY, SHE REACHED A LOCKED DOOR IN THE ATTIC WHERE THE KEY FIT PERFECTLY. BEHIND THE DOOR LAY A TREASURE TROVE OF MEMORIES AND FORGOTTEN TREASURES THAT OPENED A CHAPTER OF THE MANSION'S HISTORY.

กุญแจลึกลับ

ในห้องใต้หลังคาของคฤหาสน์เก่าที่ถูกลืมเลือน ซาราห์พบ
กุญแจที่เต็มไปด้วยฝุ่นซ่อนอยู่ในกล่องที่ตกแต่งอย่าง
วิจิตรบรรจง   เธอรู้สึกสนใจในความลึกลับของกุญแจนั้น
จึงออกเดินทางเพื่อค้นหาจุดประสงค์ของกุญแจนั้น เมื่อ
เธอไขเบาะแสแต่ละอันออกได้ ซาราห์ก็พบว่าตัวเองถูกดึง
เข้าไปในความลับของคฤหาสน์ลึกลงไปทุกที ในที่สุดเธอก็
มาถึงประตูที่ถูกล็อกในห้องใต้หลังคา ซึ่งกุญแจนั้นพอดี
เป๊ะ   ด้านหลังประตูมีสมบัติล้ำค่าของความทรงจำและ
สมบัติที่ถูกลืมเลือนมากมาย   ซึ่งไขความลับบทหนึ่งใน
ประวัติศาสตร์ของคฤหาสน์ได้

The magical sandbox castle

On a sandy beach where the waves kissed the shore, a young boy named Max built an elaborate sandbox castle decorated with seashells and seaweed. As the sun disappeared below the horizon, Max wished that his construction would allow him to have a great adventure. To his amazement, the sandbox castle began to shimmer and grow, transforming into a magnificent castle. Max embarked on a magical journey through the halls of the sandbox castle, discovering treasures and meeting mystical creatures along the way.

22 ปราสาททรายมหัศจรรย์

บนหาดทรายที่คลื่นซัดสาดเข้าฝั่ง เด็กชายชื่อแม็กซ์ได้
สร้างปราสาททรายที่ประดับประดาด้วยเปลือกหอยและ
สาหร่ายอย่างวิจิตรบรรจง เมื่อดวงอาทิตย์ลับขอบฟ้า
แม็กซ์ก็อธิษฐานต่อสิ่งที่เขาสร้างขึ้นเพื่อขอให้ได้ผจญภัย
ครั้งยิ่งใหญ่ ปราสาททรายเริ่มสั่นไหวและโตขึ้นจนกลาย
เป็นพระราชวังที่งดงามตระการตา แม็กซ์ออกเดินทางอัน
มหัศจรรย์ผ่านโถงของปราสาททราย ค้นพบสมบัติและ
พบกับสิ่งมีชีวิตลึกลับระหว่างทาง

The secret garden party

HIDDEN BEHIND A TANGLED THICKET IN THE HEART OF THE FOREST, A SECRET GARDEN BLOOMED WITH VIBRANT FLOWERS AND LUSH GREENERY. ONE DAY, A GROUP OF FOREST CREATURES CAME ACROSS THE GARDEN AND DECIDED TO THROW A WHIMSICAL PARTY. THEY DECORATED THE GARDEN WITH FAIRY LIGHTS AND DECORATED TABLES WITH COLORFUL FLOWER PETALS. AS DUSK FELL, THE GARDEN CAME ALIVE WITH LAUGHTER AND MUSIC, A CELEBRATION OF FRIENDSHIP AND THE BEAUTY OF NATURE.

ปาร์ตี้สวนลับ

สวนลับที่ซ่อนตัวอยู่หลังพุ่มไม้ที่พันกันในใจกลางป่า เต็ม
ไปด้วยดอกไม้สีสดใสและต้นไม้เขียวขจี วันหนึ่ง มีสัตว์ป่า
กลุ่มหนึ่งบังเอิญมาพบสวนและตัดสินใจจัดงานปาร์ตี้สุด
แปลก พวกมันประดับสวนด้วยไฟระยิบระยับและประดับ
โต๊ะด้วยกลีบดอกไม้หลากสี เมื่อพลบค่ำลง สวนก็กลับมา
มีชีวิตชีวาด้วยเสียงหัวเราะและดนตรี เป็นการเฉลิมฉลอง
มิตรภาพและความงามของธรรมชาติ

The wandering cloud

HIGH ABOVE THE ROLLING HILLS, A LONE CLOUD DRIFTED AIMLESSLY ACROSS THE SKY. LONGING FOR COMPANY, THE CLOUD DESCENDED TO EARTH WHERE IT MET A YOUNG GIRL NAMED ELLA. TOGETHER THEY SET OFF ON A JOURNEY TO EXPLORE THE WORLD BENEATH THE CLOUDS. ALONG THE WAY, THEY DANCED THROUGH RAIN SHOWERS AND PAINTED RAINBOWS ACROSS THE SKY, CREATING A BOND THAT BRIDGED THE GAP BETWEEN EARTH AND HEAVEN.

เมฆที่ล่องลอย

เหนือเนินเขาสูงตระหง่าน เมฆก้อนหนึ่งลอยล่องไปอย่าง
ไร้จุดหมายบนท้องฟ้า เมฆก้อนนั้นโหยหาความเป็นเพื่อน
จึงมุ่งหน้าลงสู่พื้นโลก และได้พบกับเด็กสาวชื่อเอลลา
พวกเขาออกเดินทางร่วมกันเพื่อสำรวจโลกใต้เมฆ ระหว่าง
ทาง พวกเขาเต้นรำท่ามกลางสายฝนและวาดรุ้งกินน้ำบน
ท้องฟ้า สร้างสายสัมพันธ์ที่เชื่อมช่องว่างระหว่างโลกกับ
ท้องฟ้า

The Singing Brook

Deep in the forest, a babbling stream flowed gently over smooth stones, its gentle melody echoing through the trees. One day, a weary traveler came across the stream and listened intently to its soothing song. Inspired by its music, the traveler began to sing, filling the forest with harmonious melodies. The stream danced joyfully in response, creating a symphony of sounds that echoed through the forest and was heard by all.

25   กระแสการร้องเพลง

ลึกเข้าไปในป่า มีลำธารสายหนึ่งไหลผ่านก้อนหินที่เรียบลื่น

อย่างสง่างาม เสียงเพลงอันไพเราะสะท้อนก้องไปทั่วป่า

วันหนึ่ง นักเดินทางที่เหนื่อยล้าสะดุดกับลำธารและตั้งใจ

ฟังเสียงเพลงอันผ่อนคลาย นักเดินทางผู้ได้รับแรง

บันดาลใจจากดนตรีของลำธารจึงเริ่มร้องเพลง ทำให้ป่า

เต็มไปด้วยทำนองอันไพเราะ ลำธารก็เต้นรำอย่างร่าเริง

ตอบรับ สร้างเสียงซิมโฟนีที่สะท้อนไปทั่วป่าให้ทุกคนได้ยิน

The watchful owl

IN A MIGHTY OAK TREE AT THE EDGE OF THE FOREST, A WISE OLD OWL NAMED OLIVER WATCHED OVER THE FOREST'S INHABITANTS WITH VIGILANCE AND WISDOM. WHEN DANGER THREATENED, OLIVER WOULD FLY THROUGH THE NIGHT, ALERT HIS FELLOW INHABITANTS, AND LEAD THEM TO SAFETY. THROUGH HIS BRAVERY AND LEADERSHIP, OLIVER WON THE ADMIRATION AND GRATITUDE OF ALL WHO CALLED THE FOREST THEIR HOME.

นกฮูกผู้พิทักษ์

ในต้นโอ๊กที่สูงตระหง่านอยู่ริมป่า นกฮูกแก่ที่ฉลาดชื่อโอลิ

เวอร์เฝ้าสังเกตสัตว์ป่าอย่างระแวดระวังและชาญฉลาด

เมื่อมีอันตรายคุกคามป่า โอลิเวอร์ก็บินข้ามคืนเพื่อเตือน

สัตว์ป่าตัวอื่นและนำทางพวกมันไปสู่ความปลอดภัย ด้วย

ความกล้าหาญและการชี้นำ โอลิเวอร์ได้รับความชื่นชมและ

ความขอบคุณจากทุกคนที่เรียกป่าแห่งนี้ว่าบ้าน

27

The healing source

Deep in a remote clearing, a mystical spring bubbled with water rumored to have healing properties. One day, a weary traveler came across the spring and drank from its crystal clear waters. To his amazement, his ailments disappeared, replaced by a renewed sense of vitality and strength. News of the spring spread throughout the land, attracting people from far and wide seeking its miraculous powers.

27

น้ำพุแห่งการรักษา

ลึกเข้าไปในป่าอันเงียบสงบ มีน้ำพุลึกลับแห่งหนึ่งซึ่งมีน้ำผุดขึ้นมาจากน้ำพุซึ่งเชื่อกันว่ามีคุณสมบัติในการรักษาโรค วันหนึ่ง นักเดินทางที่เหนื่อยล้าคนหนึ่งบังเอิญไปพบน้ำพุแห่งนี้และได้ดื่มน้ำจากน้ำใสราวกับคริสตัล เขาก็รู้สึกประหลาดใจเมื่อพบว่าอาการป่วยของเขาหายไป และถูกแทนที่ด้วยความรู้สึกมีชีวิตชีวาและความแข็งแกร่งที่ค้นพบใหม่ ข่าวเรื่องน้ำพุแห่งนี้แพร่กระจายไปทั่วดินแดน ทำให้ผู้คนจากทุกสารทิศต่างแสวงหาพลังมหัศจรรย์ของน้ำพุแห่งนี้

The whispering winds

OVER THE OPEN PLAINS, THE WINDS BLEW WITH A GENTLE WHISPER

THAT FILLED THE SKY WITH STORIES. ONE DAY, A LONE WANDERER

HEARD THE WHISPERS AND LISTENED INTENTLY TO THE STORIES THE

WINDS HAD TO TELL. INSPIRED BY THEIR WORDS, THE WANDERER

BEGAN TO TELL HIS OWN STORIES AND LET THE WINDS CARRY THEM

ACROSS THE WORLD, CREATING A CONNECTION THAT REACHED ACROSS

DISTANCES.

สายลมกระซิบ

สายลมกระซิบความลับที่แผ่วเบาผ่านทุ่งโล่ง วันหนึ่ง เด็กหญิงชื่อฟายรูซตั้งใจฟังเสียงกระซิบของสายลมและได้ยินเรื่องราวจากดินแดนอันไกลโพ้นและความฝันที่ถูกลืมเลือน ฟายรูซได้รับแรงบันดาลใจจากเรื่องราวของสายลม จึงออกเดินทางเพื่อค้นหาความจริงที่ซ่อนอยู่ในเสียงกระซิบเหล่านั้น และค้นพบความเข้มแข็งและความยืดหยุ่นของตนเองระหว่างทาง

Made in United States
Troutdale, OR
12/07/2024